सती साध्वी
॥देवी अहिल्या॥

रा.वा. शेवडे गुरुजी

मेहता पब्लिशिंग हाऊस

○ **SATI SADHVI DEVI AHILYA**
by R.V. Shevade Guruji

○ **सती साध्वी देवी अहिल्या** / कुमार साहित्य
रा.वा. शेवडे गुरुजी

○ © मेहता पब्लिशिंग हाऊस

○ प्रकाशक
सुनील अनिल मेहता
मेहता पब्लिशिंग हाऊस,
१९४१, सदाशिव पेठ, माडीवाले कॉलनी, पुणे ३०.
✆ ०२०-२४४७६९२४
E-mail : info@mehtapublishinghouse.com
Website : www.mehtapublishinghouse.com

○ प्रथमावृत्ती
सप्टेंबर, २०१७

○ मुखपृष्ठ व आतील चित्रे
देविदास पेशवे

○ ISBN 9789386745507

माझे थोर स्नेही

माननीय ग. गो. जाधव

संपादक, दै. पुढारी, कोल्हापूर

आणि

माननीय वि. शं. तथा बाबा नेसरीकर

कार्यकारी संचालक,

शेतकरी सहकारी संघ लि., कोल्हापूर

यांच्या कार्यकर्तृत्वास

मल्हारबाबा होळकर मजल दरमजल करीत चालले होते, ते दोन हेतूने. रयतेची विचारपूस स्वत: करावी हा एक, आणि जाताजाता खंडेरावाला सुयोग्य वधू कुठे आढळते का हे पाहावे हा दुसरा.

असेच एका टेकडीवरून ते जात होते. दूरवर नदीकाठी एक सुरेख, सुंदर देवालय त्यांना दिसले. तेव्हा ते धनाजीला म्हणाले, ''धनाजी!''

''जी सरकार!''

''बरीच दौड मारली आपण. पाहिलंत ते दूरचं मंदिर?''

''होय सरकार. मला वाटतं जराशा विश्रांतीला आपण त्या मंदिरात जावं, थोडीशी विश्रांती घ्यावी.''

''तसंच करू. तेवढंच देवाचं दर्शन. पण धनाजी, खंडूला काही सुयोग्य मुलगी मिळत नाही.''

''होय सरकार.''

''पण का बरं असं व्हावं?''

२

"सरकार, माफ करा. तुम्ही पराक्रमी सरदार असला, तरी उच्चकुळातले मराठे तुम्हाला मुलगी द्यायला तयार होत नाहीत.''

"अगदी खरं आहे ते धनाजी. मलाही धनगराचीच मुलगी सून करून घ्यायची आहे; मग ती कितीही गरीब असो.''

"जी सरकार.''

मल्हारबाबा होळकर आणि त्यांचे चार जोडीदार त्या मंदिरामध्ये आले. ते महादेवाचे मंदिर होते. शिवभक्तांची मंदिरात ये-जा चालू होती.

'शिव शिव शंकर...' असा शिवनामाचा जयघोष करून भक्त महादेवाला नमस्कार करून जात होते.

मंदिराच्या आवाराच्या कोपऱ्यात मल्हारबाबांनी बैठक मारली... बाहेर एका झाडाखाली त्यांनी घोडे बांधले. येतानाच नदीवरून ते हात-पाय धुऊन आले होते. शिदोरी सोडून ते न्याहारीला हात लावणार, इतक्यात एक चुणचुणीत मुलगी पूजेचे तबक घेऊन देवालयात आलेली त्यांना दिसली.

ती मुलगी सुंदर, आकर्षक, स्वच्छ आणि मोठी शुद्ध-सात्त्विक दिसत होती. तबक घेऊन ती गाभाऱ्यात गेली. शिवाला तिने फुले, अक्षता, हळदकुंकू वाहिले. उदबत्ती लावली. महादेवाला नमस्कार केला.

धनाजी मल्हारबाबांना म्हणाला, "सरकार, पाहिलीत पोर कशी चुणचुणीत आहे.''

"होय धनाजी. या पोरटीनं माझं मन कसं वेधून घेतलंय. या वयातही गौरीसारखी दिसते नाही!''

"सरकार, एक विचार डोक्यात आलाय, सांगू?''

"अरे, सांग ना.''

"छोट्या सरकारांना अशी मुलगी मिळायला हवी बघा.''

"मलासुद्धा तसंच वाटतं, सून असावी तर अशी.''

दोघे तिच्याकडे बघतच राहिले.

ती मुलगी परत जायला निघाली. मल्हारबाबांनी तिला आपल्याकडे बोलावले आणि विचारले, "बेटा, देवाला नैवेद्य दाखविलास आणि आम्हाला प्रसाद नाही दिलास?''

"एवढ्याशा प्रसादानं तुमचं पोट कसं भरणार? चला, वाड्यावर जेवूनच जा.''

"वाड्यावर?''

३

"होय वतनदार पाटलांच्या वाड्यावर. माणकोजी शिंदे-पाटलाची लेक आहे मी."

मल्हारबाबांनी 'आ' वासूनच पाहिले. ती पुढे म्हणाली, "मामा, आल्याशिवाय राहू नका. मी बाबांना सांगून ठेवते आधी. असे कुणी पाव्हणे आलेले फार आवडतात बाबांना."

"बाळ," धनाजीने धिटाई केली, "तुझ्या बाबांना काय म्हणतात?"

"तलवारबहाद्दर माणकोजी शिंदे-पाटील."

"माणकोजी शिंदे-पाटील?"

मल्हारबाबा आणि त्यांचे जोडीदार त्या मुलीमागोमाग शिंदे-पाटलांच्या वाड्यावर गेले. मुलीने मल्हारबाबांना ओळखले नव्हते. पण माणकोजीरावांच्या नजरेतून ही गोष्ट सुटली नाही.

मल्हारबाबांच्या पायाला लागून ते म्हणाले, ''होळकर सरकार, आपल्या पायधुळीनं पवित्र झालं माझं घर. पण एवढी दूर कुठं मजल मारलीत?''

''म्हटलं मुलूख पाहावा. रयतेची चौकशी करावी...''

''आणि मिळाल्यास छोट्या सरकारांना मुलगी पाहावी.'' मल्हारबाबांचे वाक्य पुरे करीत धनाजी म्हणाला, ''काय हो माणकोजी शिंदे-पाटील?''

''बोला ना.''

''एक विचारू का? राग मानू नका. तुमची जात काय?''

''जी, मल्हारबाबांची जात तीच आमची जात- धनगर.''

''मग द्या टाळी!''

''ती कशाबद्दल?''

''प्रसादग्रहणासाठी आम्ही तुमच्या घरी आलो. तुमची मुलगी होळकर सरकारांना एकदम पसंत पडली आहे.''

''अहो, कुठं ते, कुठं आम्ही. कुठं इंद्राचा ऐरावत, कुठं...''

त्या दोघांचे बोलणे थांबवून व काहीसे गंभीर होऊन मल्हारबाबा म्हणाले,

''पराक्रम, नीती जशी जातीवर अवलंबून असत नाही, तशीच ती गरिबी-श्रीमंतीवर अवलंबून असत नाही. तुमची मुलगी आम्हाला आवडली. तुमची हरकत नसेल, तर तिला आमची सून मानू.''

माणकोजी शिंदे-पाटील ओशाळून गेले. त्यांच्या तोंडातून शब्दच बाहेर पडेनात. धनाजीने त्यांना विचारले, ''गप्प बसलात, तेव्हा काही हरकत दिसते?''

''छे, छे, हरकत मुळीच नाही. गरिबाला सांभाळून घ्या म्हणजे झालं.''

''सांभाळून?'' मल्हारबाबा म्हणाले, ''अहो, आता तुमची आमची सोयरीक जमली, म्हणजे आपण समान पातळीवर आलो. जा, आता साखर वाटा. तुमच्या साऱ्या गावाला वर्दी द्या. उद्याच्या उद्या आमच्या खर्चाने गावजेवण घालून टाका.''

लवकरच एका शुभमुहूर्तावर मोठ्या थाटामाटात अहिल्याबाई व खंडेराव यांचा मंगल विवाह घडून आला.

●●●

अहिल्याबाई इंदूरमध्ये मल्हारराव होळकरांची सून म्हणून आली. मल्हारबाबांना वाटले, ही केवळ सून नसून मोठी भाग्याची लक्ष्मीच आपल्या घरी चालून आली आहे. इंदूर राज्याच्या भरभराटीला भरती आली. मुलूखगिरीत इंदूरला अपूर्व यश लाभत चालले. हां हां म्हणता ती दौलत चौदा कोटीपर्यंत वाढत गेली.

मल्हारबाबांनीच नव्हे, तर त्यांच्या पत्नीने- गौतमीबाईंनीसुद्धा पक्की समजूत करून घेतली की, अहिल्याबाईच्या पायगुणामुळे हे सारे वैभव आपल्याला प्राप्त होत आहे.

एकदा शहरामध्ये फेरफटका मारायला अहिल्याबाई गेली आणि बाजारात विक्रीला आलेली एक सुंदर शंकराची पिंडी विकत घेऊन वाजतगाजत वाड्यात आणली. आपल्या सुनेची भाविकता पाहून वाड्याच्या आवारात एका टुमदार शिवमंदिराची प्रतिष्ठापना मल्हारबाबांनी केली.

लवकर उठणे, स्नान करणे, देवदर्शनाला जाणे, वाड्यातल्या टापटिपीत बारकाईने लक्ष घालणे, येणाऱ्याची किरकोळ कामेदेखील ध्यानी घेऊन ती काळजीपूर्वक करणे, अशा अहिल्याबाईंच्या गोष्टी पाहून मल्हारबाबांनी समाधानाचा सुस्कारा सोडला.

ते एकदा गौतमीबाईंना म्हणाले, ''अहो, सून तर योग्यच मिळाली, पण मुलगा कधी वळणावर येणार?''

''मलाही तीच चिंता लागून राहिली आहे.''

''खंडेरावाचं ते मित्रमंडळ, ती चैन, हुल्लडबाजी, राजकारणातलं दुर्लक्ष! पुढं पोरगा दौलत कशी सांभाळणार ते एक शंकरालाच ठाऊक!''

''आशा सोडू नये माणसानं.'' गौतमीबाई पुढे बोलू लागल्या, ''आपण सूनबाईला इतकं शहाणं करावं, की तिच्यापासून खंडू काही बोध घेईल.''

मल्हारबाबांनी अहिल्याबाईच्या शिक्षणाची उत्तम व्यवस्था केली. राजकारण, धर्मकारण, समाजकारण इत्यादींचे पाठ त्यांनी तिला जातीनिशी देण्यास आरंभ केला. सर्वच विषयांत विलक्षण गती अहिल्याबाईने दाखविली. पुढे ते सूनबाईला मुलूखगिरीवरही घेऊन जाऊ लागले. घोड्यावर बसणे, भाला-बर्ची, तलवार चालवणे यातही अहिल्याबाई तरबेज झाली.

गौतमीबाई वरचेवर प्रत्यक्ष अप्रत्यक्ष सूनबाईला सुचवीत असत, ''बाई, तुझी जबाबदारी फार मोठी!''

''ती कशी?''

''पतीला सावरण्याची, सांभाळण्याची. आम्ही तर फार थकलो.''

''मग सासूबाई, सांगा मी काय करायला हवं?''

''तेच आम्हाला कळत नाही. आम्ही तर हातपाय टेकले. पण म्हणतात की, आई-बाप मुलांना उपदेश करू लागले की, मुलं मनात अढी बाळगतात. एकच उपाय आहे. तू शहाणी आहेस, चतुर आहेस. मनात आणशील तर नक्की करशील.''

''सासूबाई, धडपड करीन तुमच्यासाठी. इंदूरच्या दौलतीसाठी हे दिव्य मला केलं पाहिजे.''

मल्हारबाबांनी एका विद्वान आदरणीय शास्त्रीपंडिताकडून रामायण, महाभारत, भागवत आपल्या सत्त्वशील सूनबाईच्या कानावर घातले होते. तिलाही त्या सुरस कथा फार आवडल्या होत्या.

अहिल्याबाईंच्या मनात आले की, आपल्याला जर या कथा इतक्या आवडतात आणि त्या जर एकान्तात आपण पतिराजांना सांगितल्या, तर त्यांना का बरे आवडणाार नाहीत?

– आणि तसा अहिल्याबाईंनी दृढनिश्चय केला.

रात्री झोपण्यापूर्वी दुष्ट दुर्योधनाची गोष्ट खंडेरावांना सांगायचीच असा बेत अहिल्याबाईंनी केला. रात्री भोजनानंतर पोथीवाचन करून देवदर्शन घेऊन अहिल्याबाई आपल्या महालात आल्या.

रात्रीचे बारा वाजून गेले होते. खंडेरावाचा पत्ता नव्हता. त्यांनी दासीला विचारले, "काय गं गिरिजा, आताशा सरकारांना यायला उशीर होतो नाही?"

"जी व्हय."

"मामंजींच्या पंक्तीलाही ते अलीकडे बसत नाहीत. मग हे जातात तरी कुठं? आणि करतात तरी काय?"

"राणीसरकारांनी या गोष्टी नोकराला विचारू नयेत. त्यांची उत्तरं आम्ही नोकरांनी देऊही नये."

दासीच्या धिटाईच्या उत्तराने अहिल्याबाईंच्या डोळ्यांत टचकन पाणी तरळले. त्या रुद्ध कंठाने म्हणाल्या, "तू दासी नाहीस माझी. पाठची बहीण आहेस, असं समज."

"मग राणीसरकार, आता सारं काही सांगते."

"सांग गिरिजे, कितीही वाईट असलं तरी मी माझं मन घट्ट केलं आहे."

"छोट्या सरकारांना वाईट सवयी लागल्या आहेत." आवंढा गिळून गिरिजा सांगू लागली, "कुठंतरी दौरा काढतात, नाचणाऱ्या बायांकडे जातात, नशा करतात की नाही मला माहीत नाही, पण असे छंदफंद करणारे, नशा केल्यावाचून राहत नाहीत."

अहिल्याबाई क्षणभर सुन्न झाल्या. गंभीर चेहऱ्यावर उसने हास्य आणून त्या म्हणाल्या, "लबाड गिरिजे, हे तुला गं कसं माहिती?"

"राणीसरकार, माझ्या धन्यानं मला सगळं सांगितलं. अहो, माझे धनीही त्यातलेच."

इतक्यात छोटे सरकार आल्याची चाहूल लागताच गिरिजा निघून गेली. काही न बोलता चोरट्या नजरेने पण चेहरा लपवीत आपल्या बिछान्यावर ते येऊन झोपले. अहिल्याबाईंनी त्यांच्या अंगावर पांघरुण घातले. पाय रगडायला सुरुवात केली. खंडेराव खेकसले, " झोपा तुम्ही. पुरे झाली सेवा."

"सेवा तुम्हाला पुरी झाली असेल, पण आम्हाला नाही. बायको नवऱ्यासाठी असते, नवरा बायकोसाठी असतो. परोपकारी महापराक्रमी मल्हारबाबांचे सुपुत्र म्हणजे का सामान्य असामी! आपण रोज रोज उशिरा येता. तेव्हा कोणत्या मुलूखगिरीवर जाता ते आम्हाला नको का कळायला?"

"आणि आम्ही नाही सांगितलं तर...?"

"तर आम्ही अन्न सोडून देऊ."

खंडेराव चपापले. त्यांचे पापी मन त्यांना खाऊ लागले. भीतीने अंगावर शहारे आले त्यांच्या. अहिल्याबाईंने ते ओळखले. अहिल्याबाई मनात म्हणाल्या, 'निदान हातून घडतंय ते पाप आहे, याची जाणीव आहे धन्याला. म्हणजे आशेला जागा आहे.'

अहिल्याबाईंनी प्रयत्नांची पराकाष्ठा केली. रामायण-महाभारतातल्या उचित अशा गोष्टी मोठ्या चतुराईने सांगून त्यांनी खंडेरावाला वळणावर आणले. ते एक खूप कठीण काम होते. पण प्रयत्नाच्या पराकाष्ठेने ते त्यांनी केले. मधून–मधून जेव्हा जेव्हा त्यांच्या

वाट्याला निराशा येई, तेव्हा त्या शिवशंकराला आळवीत म्हणत, 'शंभो महादेवा, मला बळ दे! मला बळ दे!!'

भोळ्या सांबाने अहिल्याबाईंना जणू बळ दिले.

पण खंडेराव सुधारले. ते संसारात लक्ष घालू लागले. वडिलांबरोबर राज्यकारभार पाहू लागले. मुलूखगिरीवर जाऊ लागले.

या काळात अहिल्याबाईंना दोन मुले झाली. मोठा मालेराव, छोटी मुक्ताबाई.

मल्हारबाबा गौतमीबाईंना म्हणाले, ''बाईसाहेब, कुणीतरी देवता सूनबाईचं रूप घेऊन आपल्या घरी तर अवतरली नसेल ना?''

''तसंही असेल!'' गौतमीबाई उत्तरल्या.

●●●

आपला मुलगा वळणावर आला, याचा आनंद मल्हारराव-गौतमीबाईंना झाला. याला कारण अहिल्याबाईच असे त्यांनी मानले. त्यामुळे सूनबाईवर सासू-सासऱ्यांची मर्जी बसली असल्याचे आश्चर्य ते काय?

खंडेरावाचे सारे छंदफंद तर सुटलेच आणि ते आपल्या वडिलांच्या बरोबर मुलुखगिरीवर जाऊ लागले. मुलुखगिरीतील पोरांचा पराक्रम पाहून मल्हारबाबांना समाधानाचे भरते न आल्यासच नवल!

खंडेरावाला बरोबर घेऊन व सूनबाईंवर राज्यकारभार सोपवून मल्हारबाबा स्वारीवर जाऊ लागले.

असेच एकदा ते स्वारीवर निघाले असताना सूनबाई म्हणाल्या, ''मामंजी, इकडील कारभाराची चिंता काही करू नका. तुम्ही तिकडे सामर्थ्यानं दौलत वाढवा. आम्ही इकडे प्रजेचं पालन पुत्रप्रेमानं करू.''

''आम्हाला त्याची खात्री आहे.'' मल्हारबाबा समाधानाने उत्तरले.

रोज सकाळी घोड्यावर बसून राजधानीतून अहिल्याबाई फेरफटका करीत असत. त्यांचा घोडा टपटप असा ठेक्यात खुरांचा आवाज करीत चालला, की लोक दोन्ही बाजूला उभे राहत आणि मानाचे मुजरे आपल्या मालकिणीला देत. रस्त्यात कोठे एखादे भांडण चाललेले दिसले, तर तिथल्या तिथे चूक-बरोबर काय ते पाहून त्या समाधानकारक निवाडा करीत असत.

एकदा एका वाण्याने दुकानावर आलेल्या गिऱ्हाइकाचा कुडता पकडला होता. गिऱ्हाइक काकुळतीला आले. होते. 'पहिली बाकी अणून दिली नाहीस तर आज उधार मिळणार नाही,' असे दुकानदार त्याला बजावीत होता. अहिल्याबाईंनी एकूण प्रकरणाची चौकशी केली. वाण्याची बाकी देऊन गिऱ्हाइकाला कर्जमुक्त केले. महिनाभर काम न मिळाल्यामुळे ही बाकी राहिली होती, असे समजताच अहिल्याबाईंनी त्याला कामास लावले. त्याच्या पोटापाण्याची सोय केली. स्वाभिमानाने जगण्याचा मार्ग त्याला मोकळा करून दिला.

एकदा घोड्यावरून रपेट करीत असताना त्यांना एक धनिक इसम रस्त्याने जाताना दिसला. सोबत घुंघट घेतलेली त्याची बायको पायी चालली होती. एका सात वर्षांच्या मुलाने तिचा हात पकडला होता. तीन वर्षांची मुलगी तिने कडेवर घेतलेली होती. एकूण तिच्या रंगरूपावरून ती सात महिन्यांची तरी गरोदर असावी, असे दिसत होते. तो धनिक एखाद्या पराक्रमी वीरासारखा चालला होता. त्याच्या शेजारीच अहिल्याबाई घोड्यावरून उतरल्या. धनिक चमकला. मुजरा करता करता त्याला व त्याच्या बायकोला नाकीनऊ आले.

अहिल्याबाईंनी त्या बाईला घुंघट थोडा बाजूला करण्यास सांगितले. त्या बाईचा चेहरा बराच ओढलेला होता.

त्या धनिकाला अहिल्याबाईंनी भेदक नजरेने विचारले,

"ही तुमची पत्नी आहे काय?"

"होय."

"ही मुलं तुमचीच आहेत ना?"

"होय."

"बाईंना कितवा महिना लागलाय?"

"नऊ पूर्ण झाले आहेत. म्हणूनच तिच्या माहेरी घेऊन चाललोय."

"तुम्ही उद्योग काय करता?"

"सावकारी करतो."

"अस्सं!"

"सरकारी सारा खजिन्यात भरत आलो आहे."

"आनंदाची गोष्ट आहे. मग असं करा सावकार, एक गाडी करा. त्यात तुमच्या पत्नींना बसवा. ही मुले तुम्ही तुमच्याजवळ घ्या आणि या सर्वांना तिच्या माहेरी नीट

पोचवा. तुम्ही त्यांना पुरेशी विश्रांती दिलेली दिसत नाही. त्यांच्या माहेरी भरपूर धान्य, सामान पाठवा. त्यातही सावकारी हिशोब करत बसू नका.''

ते जोडपे बाईंच्या पाया पडून गेले. पुढे अहिल्याबाईंनी आपल्या नोकरांकडून त्या बाईच्या स्वास्थ्याची वरचेवर चौकशी केली.

एकदा दोन यात्रेकरु हेंगाडी भाषेत काशीचा रस्ता विचरत होते. चौकातली माणसे त्यांच्या भाषेची टर उडवित होती. अहिल्याबाई तिथे गेल्या. त्यांना पाहून टिंगलखोरांची बोबडीच वळली. त्यांनी ताकीद दिली, ''पाहुण्यांची अशी थट्टा? होळकर सरकारांना समजलं, तर ते फटक्यांची शिक्षा दिल्याशिवाय राहणार नाहीत. तुमचा पहिला गुन्हा समजून तुम्हाला सुधारण्याची संधी देत आहोत.''

अहिल्याबाई आपल्या कारभाऱ्याला म्हणाल्या, ''या वाटसरूंना काशीचा रस्ता योग्य प्रकारे दाखवा. वाटखर्च म्हणून यांना होळकर सरकारांच्या वतीने भरपूर देणगी द्या.''

ते यात्रिक अहिल्याबाईंना धन्यवाद देत निघून गेले.

एकदा मल्हारबाबा व खंडेराव मुलूखगिरीवर असताना तुंबलेल्या कामांचा निर्णय देण्यासाठी अहिल्याबाईंनी दरबार भरविला. अत्यंत चतुराईने सर्व कामांचा निकाल अवघ्या तीन तासांत त्यांनी दिला.

त्यांनी कारभाऱ्यांना विचारले, ''अद्याप किती कामं शिल्लक राहिलीत?''

''एक अगदी क्षुल्लक. आम्ही त्याचा निकाल लावू. आपण कामानं थकला आहात, जरा विश्रांती घ्या.''

बाहेर गडबड चालू होती. अहिल्याबाईंनी भालदारांना शांतता राखण्यास सांगितले. कारभाऱ्यांना चढत्या आवाजात सुनावले, ''कारभारीऽ''

''जी हुजूर.''

''कुणी फिर्यादी आलेले दिसतात. त्यांना सरळ आत येऊ द्या.''

पाच-सहा ब्राह्मण पाण्याचे कमंडलू घेऊन दरबारात आले. ते सगळेच ओरडू लागले, ''अन्याय! अन्याय!''

सर्वांना शांत राहण्याचा इशारा त्यांनी दिला. त्या म्हणाल्या, ''एकेकाने बोला. आपण ब्रह्मवृंद आहात. असली गडबड आपल्याला शोभत नाही.''

त्यातला एक धीटसा ब्राह्मण म्हणाला, ''सरकार, आम्ही डोळे मिटून जपजाप्य करीत असताना आमच्या कमंडलूत विंचू आढळले. कोणीतरी आमची अशी क्रूर थट्टा केली आहे. गेले तीन दिवस आम्ही हे सहन करीत आलो आहोत. नाइलाजाने आज न्याय मागायला आलो आहोत.''

''ब्रह्मवृंदाची अशी थट्टा? कारभारी, अपराध्याला आमच्यासमोर ताबडतोब हजर करा.''

''अपराधी वाड्यातलाच आहे.'' दुसरे ब्रह्मवृंद उद्‌गारले, ''आम्हाला पाहून वाड्याबाहेर पळून गेला तो.''

अहिल्याबाई अधिक संतप्त होऊन गरजल्या, ''कारभारी, जो कोणी अपराधी असेल त्याला पकडून आमच्यासमोर आणा. या प्रकरणाचा निकाल लागल्याशिवाय दरबार बरखास्त होणार नाही.''

इतक्यात दोन शिपायांनी मालेरावांचे दंड पकडून त्यांना दरबारात हजर केले.

दरबारात आपला पुत्र उभा आहे. त्याने ब्रह्मवृंदाची थट्टा केली आहे. त्यासाठी आपण आपल्या पुत्राला शासन करीत आहोत, याची तमा अहिल्याबाईंनी बाळगली नाही.

त्यांनी शिक्षा फर्मावली, ''कारभारी, अपराध्याला पाच कोरडे ओढा.''
''नाही सरकार, नाही. हा हुकूम पाळण्यास आम्ही असमर्थ आहोत.''
अहिल्याबाईंनी शिक्षा स्वत: अमलात आणली. डोळ्यांतली आसवे लपविणे त्यांना अशक्य झाल्यामुळे त्या दरबारातून निघून गेल्या.
दरबार बरखास्त झाला.

•••

सूरजमल जाट वरचेवर उचल खाऊन पेशव्यांच्या मुलखावर आणि त्यांच्या उत्तरेतील जहागीरदारांच्या प्रदेशांवर कडवे हल्ले चढवून त्यांना हैराण करीत होता. त्या भागातल्या रजपुतांची आणि डोंगरपठारी वाटमारी करणाऱ्या दरोडेखोरांची कडवी फौज त्याने तयार केली होती. लूटमार करून त्याने बरीच संपत्ती जमवली होती. त्यातच त्याला इंग्रजांकडून दारूगोळा मिळाला होता.

पुण्यात थोरले माधवराव पेशवे राज्य करीत होते. त्यांनी आपले काका रघुनाथराव यांना सूरजमलच्या पारिपत्यासाठी फौज देऊन रवाना केले. शिंदे, गायकवाड, भोसले वगैरेंना त्यांनी फौजेनिशी राघोभरारींना मिळावे अशा आज्ञा रवाना झाल्या.

अशीच आज्ञा मल्हारबाबांना मिळाल्यावर त्यांनी खंडेरावाला बरोबर घेऊन राघोबादादांच्या मदतीला जायचे ठरविले. का कुणास ठाऊक, पण या मोहिमेवर आपण जावे, असे अहिल्याबाईंना वाटले. खंडेराव नको नको म्हणत असताना मल्हारबाबांनी आपल्या लाडक्या सुनेचा हा हट्ट पुरविला.

सूरजमलच्या तावडीतून सर्व मुलूख मराठ्यांनी मुक्त केला. शिंदे, गायकवाड, नागपूरकर भोसले नियमानुसार मिळालेली लुटीची वाटणी घेऊन आपापल्या ठिकाणी परतले.

दोन दिवस इंदूरमध्ये राहण्याचा आपला मनोदय मल्हारबाबांनी राघोभरारींना सांगितला. ते म्हणाले, "पेशवे सरकार, सूरजमल कुंभेरी किल्ल्यात लपून बसला आहे."

"मग आपण काय करावं म्हणता?"

"कुंभेरीला वेढा घालू. किल्ल्यावर मोर्चे उभारू. किल्ला हस्तगत करून सूरजमलला जिवंत किंवा मेलेला पकडू, कारण तो चिवट आहे. पुन्हा केव्हा तरी उचल खाईल आणि धूर्त लबाड इंग्रज त्याला मदत करतील याचा नेम नाही. मग चार दिवस इंदुरात राहा व नंतर पुण्यास जा."

"पण मल्हारबाबा, सूरजमलच्या बाबतीत एवढं करण्याची गरज आहे का?"

"लहान तोंडी मोठा घास घेतल्याची क्षमा असावी," मध्येच अहिल्याबाई म्हणाल्या, "सूरजमलचे पारिपत्य झालेच पाहिजे. एका दगडात दोन पक्षी मरतील."

"म्हणजे काय होळकरीणबाई?"

"म्हणजे असं, सूरजमलला पापाचं प्रायश्चित्त मिळेल आणि इंग्रजांना दहशत बसेल."

अहिल्याबाईंच्या सल्ल्यावर सर्वच बेहद्द खूश झाले. त्यांच्या राजकारणातील हुशारीचे सर्वांनाच कौतुक वाटले.

कुंभेरीला मराठ्यांचा वेढा पडला. राघोभरारी, मल्हारबाबा, खंडेराव यांनी दोन बाजूंना मोर्चे बांधले. किल्ल्यातल्या शिल्लक सैन्यानिशी सूरजमल प्रतिकार करीत होता.

लवकरच हा प्रतिकार थंडावेल, सूरजमल शरण आल्याशिवाय राहणार नाही, याची मराठ्यांना खात्री होती.

मल्हारबाबा आपल्या डेऱ्यात सूनबाईंशी बोलत होते. राजकारणाचे धडेच देत होते. इतक्यात एक भयंकर वार्ता दोन जखमी सैनिक घेऊन आले.

मल्हारबाबा डेऱ्यातून बाहेर आले आणि कडाडले, "अरे, काय झालं?"

"सरकार, खंडेरावांना तोफेचा गोळा लागला. त्यांना इकडेच आणत आहेत. दोन जासूद ही वार्ता राघोबादादांच्या कानी घालण्यासाठी गेले आहेत. राघोबादादा थोड्याच वेळात इथे हजर होतील."

खंडेरावांना जखमी अवस्थेत शिपाई घेऊन आले. त्यांचे शरीर महावस्त्राने झाकले होते. ते दूर करून मल्हारबाबांनी आपल्या मुलाकडे पाहिले. त्यांच्या लाडक्या मुलाचे प्राण केव्हाच सोडून गेले होते. मल्हारबाबांनी हंबरडाच फोडला. अहिल्याबाईंची स्थिती तर काय...

इतक्यात राघोभरारी तिथे आले. मल्हारबाबांचे सांत्वन करीत ते म्हणाले, "परमेश्वराच्या इच्छेपुढे माणसाचं काय चालणार? बाबा, त्या पोरीकडे पाहून तरी शोक आवरा."

मन घट्ट करून अहिल्याबाई उद्गारल्या, "आमचा विचार कुणीच करण्याचं कारण नाही. आम्ही सती जाणार. आमच्या सहगमनाची तयारी करा."

अहिल्याबाईंच्या उद्गाराने मल्हारबाबा एकदम शुद्धीवर आले. त्यांनी मन घट्ट केले.

काकुळतीला येऊन ते म्हणाले, "सूनबाई, विचार कर. तू गेलीस तर तुझ्या लहान मुलांकडे कोण पाहणार? माझ्या पश्चात ही रयत, ही दौलत कोण सांभाळणार? प्रजेला पुत्र मानणारी तू आपल्या हजारो रयत-लेकरांना वाऱ्यावर सोडून जाणार! तुझ्या रयतेवर आजूबाजूचे सारे हल्ला करतील. सूड उगवतील. सूरजमल जाट सूडाच्या भावनेनं पेटेल आणि हैदोस घालेल. तसाच तो हिंदुस्थानच्या सीमेपार अब्दाली लपून बसला आहे. नको, बये नको, या तुझ्या सहगमनाच्या निर्णयानं तू एकटी सुखी होशील, कृतकृत्य होशील."

१९

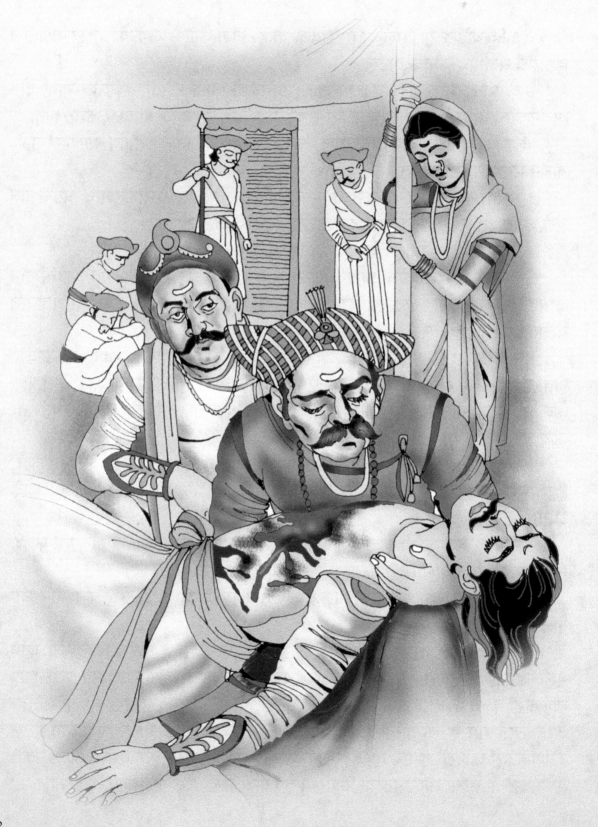

“नको, मामंजी नको. तुमचे हे कठोर उद्‌गार मला ऐकवत नाहीत. बाबा, या उतारवयात मी तुम्हाला यातना देणार नाही. मी कर्तव्यकठोर होऊन सती जाण्याचा विचार सोडून देते.”

अहिल्याबाईंच्या या निर्णयाने मल्हारबाबा आणि राघोबादादा आश्चर्यचकित झाले.

राघोबादादा म्हणाले, “बाबा,धन्य तुम्ही. तुम्हाला अशी सून मिळाली. चला, आता पुढचं सारं नीट पार पाडायला हवं.”

मल्हारबाबांना दुःख अनावर झाले. त्यांनी हंबरडा फोडला.

●●●

पुण्याच्या पेशवे दरबारात भाऊबंदकीच्या कटकटी वाढू लागल्या होत्या. आनंदीबाईंची आसुरी महत्त्वाकांक्षा जागी झालेली स्पष्ट दिसून येत होती. पेशवाईची वस्त्रे नुकतीच परिधान केलेले श्रीमंत माधवराव पेशवे यांच्या दृष्टीने ही एक चिंतेची बाब होती.

माधवराव सतत विचार करीत होते- लवकरात लवकर या घरच्या कटकटी थांबवायच्या आणि पानिपतच्या पराभवाचा सूड उगवायचा. दिल्लीच्या बादशहाच्या रक्षणासाठी भाऊसाहेब गेले. त्यांनी तिथे 'न भूतो न भविष्यति' अशी पराक्रमाची शर्थ केली. ते एकसष्ठ सालच मोठे दुर्दैवी होते. मराठ्यांचा दारुण पराभव, नानासाहेबांचा मृत्यू, शिवरायांची सून श्रीमंत ताराबाईसाहेब यांचे निधन इत्यादी घटना एकामागून एक घडून आल्या होत्या.

आपल्या कारभारी मंडळाशी विचारविनिमय करून माधवराव एका निर्णयाप्रत आले. त्यांनी दरबार भरविला. दरबारात राघोबादादांना पाचारण केले.

आजच्या दरबाराचे आपणास का आमंत्रण आले, याची कल्पना राघोबादादांना नव्हती.

माधवराव म्हणाले, “काका, एक फार मोठी कामगिरी आम्ही तुमच्यावर सोपविणार आहोत.”

“आणि माधवा, हा तुझा काका ती तुझी कामगिरी उत्तम प्रकारे पार पाडील याची तू खात्री बाळग.”

थोडे गंभीर होऊन माधवराव म्हणाले, “काका, आज पाच वर्षं होताहेत...”

“कशाला?”

“पानिपतच्या आपल्या पराभवाला.”

"होय माधवा, अनेक वेळा मनात येतं की फौज गोळा करावी. पुन्हा उत्तरेत मोहीम काढावी."

"तेच म्हणतोय मी. शिंदे, होळकर, गायकवाडांना आमचे खलिते रवाना झाले आहेत. ते उत्तरेमध्ये सज्ज आहेत. तुम्ही फक्त त्यांना मिळायचं आणि सदाशिवरावभाऊंच्या पराभवाचं उट्टं काढायचं."

ही मोहिमेची कल्पना राघोभरारींना मनापासून आवडली. त्यांनी मजल दरमजल करीत उत्तरेकडे कूच केले. महादजी शिंदे आणि मल्हारबाबा होळकर त्यांची वाटच पाहत होते.

मराठे येत आहेत. त्यांचे सेनापती राघोबादादा आहेत. केवळ या वार्तेनेच उत्तरेतल्या छोट्या-मोठ्या बादशाही सरदारांची गाळण उडाली. मनुष्यहानी टाळायची, लूट करायची नाही. चौथाई मात्र सक्तीने वसूल करायची. अशा शिस्तबद्ध धोरणाने चाललेली ही मोहीम सर्वच सरदारांना आवडली. कारण अब्दालीने विजयाच्या आनंदात केलेले भयानक अत्याचार आणि बेसुमार लूट यांच्या जखमा त्यांच्या मनात अगदी ताज्या होत्या.

सूडाने पेटलेल्या राघोभरारींना मल्हाररावांनी आपल्या वडीलकीच्या नात्याने काबूत ठेवले होते. अशा या अभिनव मोहिमेची कल्पना मल्हारबाबांचीच होती. लोक खुशीने चौथाई आणून देत असत. त्यातूनही मल्हारबाबा राघोभरारींच्या हस्ते दानधर्म करवित असत. अशा रीतीने मल्हारबाबांनी राघोबादादांची प्रीती आणि महादजींची भक्ती संपादन केली.

मोहीम फत्ते झाली. मुक्काम परतीच्या वाटेवर आलमपुरास पडला. मल्हारबाबांची तिथे प्रकृती बिघडली. सिंध-पंजाबकडील मोहीम पुन्हा केव्हातरी आखावी, अशा विचाराने राघोभरारी दक्षिणेत निघून गेले.

आलमपुरच्या मुक्कामात मल्हारबाबांच्या प्रकृतीला आराम न पडता ती अधिकच बिघडत गेली. तशा स्थितीत त्यांना तिथून हलवून इंदूरला नेणे अशक्य झाले.

एका भल्या पहाटे मल्हारबाबांनी महादजींना बोलावणे धाडले. बाबा म्हणाले, "पाटीलबाबा, आता नेम नाही."

"असा धीर सोडू नये माणसानं. लवकरच तुम्हाला बरं वाटेल. मग इंदूरला सुखरूप जाऊ शकाल."

"खोटी आशा दाखवू नका. माझं मला कळून चुकलंय, मी यातून उठत नाही.

उठलो तर ती त्या शंभूमहादेवाची कृपा. नाही उठलो तर...''

''तर काय?''

''शब्द हवाय मला तुमचा...''

''काय वेड्यासारखं बोलताय? कसला शब्द?''

''माझ्या पश्चात माझ्या नातवाच्या नावानं माझी सून कारभार पाहील. नियतीनं माझ्यावर सूड घेतलाय. होळकरांच्या दौलतीकडे कुणी वाकड्या नजरेनं पाहिलं, तर तुम्ही धावून आलं पाहिजे, माझ्या सुनेच्या मदतीला.''

मल्हारबाबांची अवस्था मोठी केविलवाणी झाली होती. शरीराची सर्व ताकद एकवटून ते बोलत होते. महादजी शिंद्यांकडून वचन घेऊन मल्हारबाबांनी समाधानात अखेरचा श्वास सोडला.

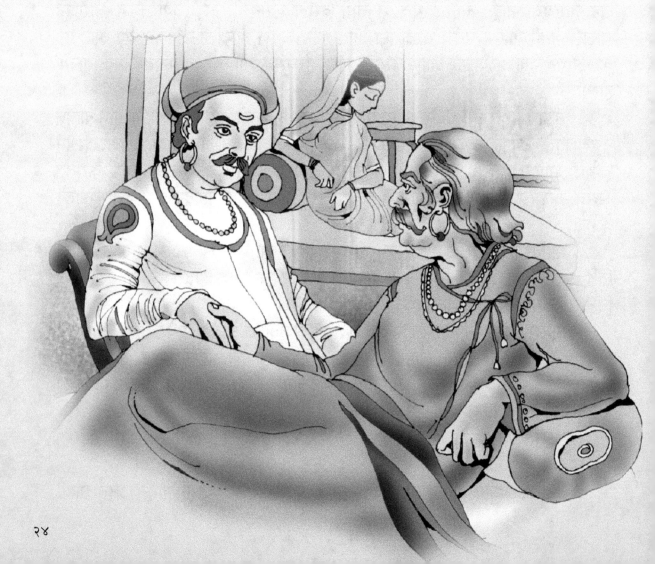

२४

अहिल्याबाईंच्या कानावर मल्हारबाबांच्या निधनाची वार्ता जाताच त्यांना आपल्यावर ब्रह्मांड कोसळल्यासारखे वाटले. आपला सारा जीवनपट त्यांना नजरेसमोर दिसू लागला. आपण गरीब असूनही मल्हारबाबांनी आपल्याला सून म्हणून पत्करलं. ममतेनं वागवलं. युद्धशास्त्र शिकवलं. त्यांच्या मरणसमयी मात्र आपल्या हातून त्यांची काही सेवा करणं झालं नाही. याचा विषाद त्यांना वाटला.

अहिल्याबाई आलमपुरास गेल्या. मल्हारबाबांचा अखेरचा संवाद महादजी शिंद्यांनी त्यांच्या कानी घातला. त्या म्हणाल्या, "काका, आता तुम्हीच सांगा मी काय करू?"

"असं काय पोरी, तुझ्या सासऱ्यानं पराक्रमानं मिळवलेल्या दौलतीचं रक्षण करायचं आहे तुला."

"दौलतीचं रक्षण?"

"होय. प्रजेचं रक्षण. शिवाय मालेरावालाही वळणावर आणायचंय."

गंभीरपणाने त्यांच्या तोंडून उद्गार गेले, "मालेराव आणि सुधारणार? पण मामंजींच्या इच्छेखातर मला हे केलंच पाहिजे."

•••

मल्हारबाबांच्या निधनानंतर अहिल्याबाईंची स्थिती अतिशय केविलवाणी झाली. सर्व सोडून कुठेतरी लांब निघून जावं, असं त्यांच्या मनात येई. पण मल्हारबाबांनी स्वपराक्रमानं बारा-पंधरा कोटींवर विस्तारलेली दौलत अशी वाऱ्यावर कशी सोडता येईल? दौलतीला आधार कुणाचा? आपला मुलगा सुधारेल का? प्रयत्न करावा. यश आलं, तर मालेरावाचा राज्यकारभार थोडे दिवस डोळे भरून पाहावा, असा विचार करून त्यांनी एक पत्र मालेरावांना लिहिले.

सप्रेम आशीर्वाद,
आपल्या कर्तबगार आजोबांच्या मृत्यूनं तुम्ही हाय खाऊ नका. तुम्ही उत्तम राज्यकारभार हाकावा, दौलतीत मोलाची भर टाकावी, अशी त्यांची शेवटची इच्छा होती. तुमचे वडीलही दौलतीसाठी धारातीर्थी पडले. या साऱ्या गोष्टींचा तुम्ही गंभीरपणानं विचार करा. त्यांचा आदर्श डोळ्यांपुढे ठेवा. इकडील मुलखाची

व्यवस्था लावून आम्ही लवकरच येत आहोत.

तुमच्या मातोश्री,
अहिल्याबाई

अत्यंत खिन्न मनाने अहिल्याबाई परत आल्या. त्यांनी दरबार भरविला. सारेच्या सारे सरकारी अधिकारी दरबारात उपस्थित होते.

मल्हारबाबांचा मोठेपणा अहिल्याबाईंनी दाटल्या कंठाने सर्वांना सांगितला. राजकीय आणि सामाजिक परिस्थिती लक्षात घेऊन हे दुःख मागे टाकले पाहिजे, असेही त्यांनी समजावून सांगितले.

दरबार बरखास्त झाला.

मालेराव अत्यंत चंचल होता. केव्हातरी तो राज्यकारभारात लक्ष घाली; केव्हातरी पूर्ण दुर्लक्ष करी.

त्याला माणसाची योग्यता कळत नसे. रागाच्या भरात तो वेड्यासारखे बेताल बडबडत असे.

असाच एकदा एक जडीबुटीवाला भिक्षेकरी ज्योतिषी इंदूरमध्ये आला. हात आणि चेहरा पाहून तो भविष्यकथन करीत असे. मालेरावाने त्याला हात दाखविला. 'मी मोठा राजा होणार' असे भविष्य सांग, म्हणून त्यास फर्माविले.

ज्योतिषी उत्तरला, "सरकार, जे हातात नाही ते मी काय सांगणार?"

"असलंच पाहिजे, नि ते तू मला सांगितलंच पाहिजेस."

"सरकार ते शक्य नाही. मी गरीब असलो तरी शास्त्राशी, माझ्या अन्नाशी मी बेईमान होणार नाही."

या कुडमुड्या ज्योतिष्याचा मालेरावाला राग आला. त्या रागाच्या भरात त्याने त्याला भयंकर चोप दिला. त्यामुळे पुढे तो ज्योतिषी मृत्यू पावला, अशी बातमी इंदूरभर पसरली. आता सर्वांनाच मालेरावाची चिंता वाटू लागली. जो तो अहिल्याबाईंची कीव करू लागला.

ज्योतिष्याच्या मृत्यूच्या बातमीने विकृत मनाच्या मालेरावाच्या मनात खोलवर घर केले. 'भूत भूत' म्हणून तो वेडेवाकडे चाळे करू लागला. त्याला वळणावर आणण्याचा, नाना उपचारांनी सुधारण्याचा प्रयत्न केला, पण यश आले नाही.

मालेराव आजारी पडला. त्या आजारातच त्याचा दुःखद अंत झाला.

●●●

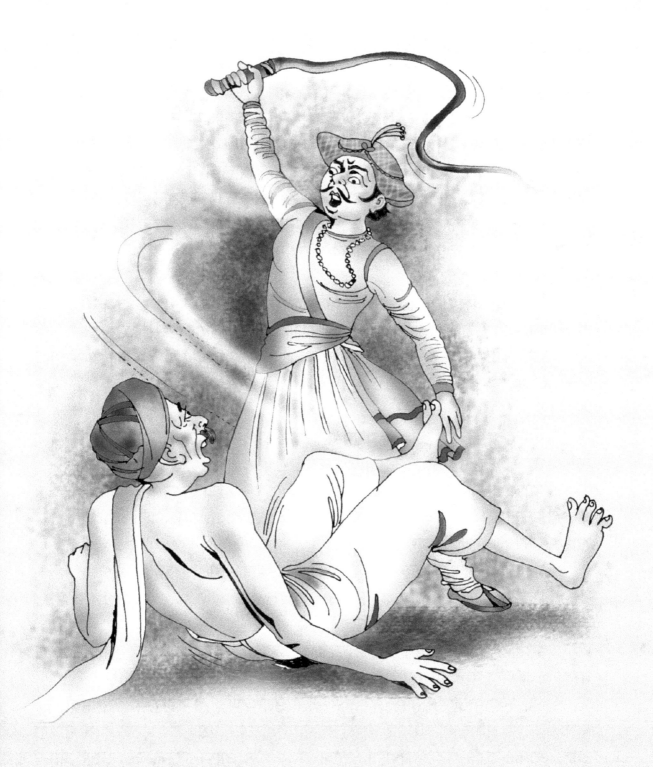

इंदूरच्या गादीची सविस्तर हकिगत पुणे दरबाराला समजली. माधवरावांना दु:ख झाले. श्रीमंत माधवराव पेशव्यांनी बाईंच्या साहाय्याला गंगोबा चंद्रचूड या हुशार गृहस्थाला कारभारी म्हणून इंदूरला पाठविले.

गंगोबा चंद्रचूड मोठा हुशार, मुत्सद्दी आणि कार्यक्षम माणूस होता. थोड्याच दिवसांत त्याला असे आढळून आले की, राज्यकारभारामध्ये अहिल्याबाई चतुर असल्या तरी त्या धर्मकृत्यांत अधिक मग्न असतात. बोलाचालीमध्ये त्या गंगोबाला एकदा म्हणाल्याही होत्या, ''आता नको हा राज्यकारभार! त्यापेक्षा हिमालयात गेलेलं बरं!''

अहिल्याबाईंच्या या उद्‌गाराचा गंगोबाने भलताच अर्थ घेतला. खुशालीच्या पत्रव्यवहारात त्याने राघोबादादांना लिहिले,

> 'इंदूरच्या कारभारातून लक्ष काढून घेण्याची इच्छा अहिल्याबाई वरचेवर व्यक्त करीत असतात. त्यांच्या गादीला आता तसा कोणी वारसही उरलेला नाही. तरी श्रीमंतांनी ही गादी पुणे दरबाराला जोडावी आणि मला पूर्ण कारभारी नेमावे.'

गंगोबाचे पत्र हाती पडताच राघोबादादांना अतिशय आनंद झाला. आपण फौज घेऊन निघत असल्याचे त्यांनी गंगोबाला कळविले.

गंगोबाला राघोबांचे आलेले पत्र तुकोजीच्या हेराने लाच देऊन मधल्यामधे हस्तगत केले. ते तुकोजीच्या स्वाधीन केले. ते घेऊन तो अहिल्याबाईंकडे आला. त्या वेळी त्या खास मंडळींबरोबर बोलत बसल्या होत्या.

तुकोजी तिथे प्रवेश करून म्हणाला, ''मासाहेबांनी क्षमा करावी.''

''काय तुकोजी, असं अचानक येणं का घडलं?''

''तसं काही खास कारण म्हणूनच.''

इतर सर्व मंडळी निघून गेली. तुकोजीने ते पत्र अहिल्याबाईंच्या पुढे ठेवले. त्यांच्या तळपायाची आग मस्तकाला गेली.

त्या एकदम उद्‌गारल्या, ''होळकरांची दौलत म्हणजे वाऱ्यावरची वरात नव्हे, की कुणीही तिची अभिलाषा धरावी. या दौलतीपायी होळकर घराण्याने भरपूर रक्त सांडले आहे. आम्ही दत्तक घेऊ. कोणाला दत्तक घ्यायचे ते आम्ही ठरवू. तो दत्तक आम्ही

नीतिनियमाला धरून घेतला म्हणजे झालं. मग पुणे दरबार त्याला आडकाठी करू शकणार नाही.''

''आपलं म्हणणं अगदी बरोबर आहे. मासाहेब, शिंदे, गायकवाड, भोसल्यांना आपण मदतीसाठी पत्रं रवाना करा. राघोभरारी म्हणजे काही सामान्य असामी नव्हेत.''

''अंदाजे किती फौज घेऊन ते येतील याचा सुगावा काढा.''

''तोही घेतलाय सरकार. पन्नास हजार फौज घेऊन येत आहेत ते.''

''ठीक आहे. तुकोजी तू असं कर. स्वत: जातीनं तू आमचं टपाल घेऊन श्रीमंत माधवराव पेशव्यांना पेश कर. राघोभरारींच्या या कृत्याला त्यांची संमती आहे की नाही याबद्दल आमच्या मनात शंका आहे. तू पुण्याहून परत येईपर्यंत शिंदे, गायकवाड, भोसल्यांना आमची टपालं जातील.''

तुकोजी पुण्याहून परत आला. 'राघोबादादांचे हे कृत्य अत्यंत निंद्य असून पुणे दरबाराला ते मान्य नाही' असा स्पष्ट खुलासा श्रीमंत माधवराव पेशव्यांनी केला. 'राघोबांच्या कृत्याला उघडउघड प्रतिकार होळकर दौलतीने करावा, अशी इच्छाही त्यांनी व्यक्त केली. तसेच होळकरी दौलतीची काडीचीही अभिलाषा पुणे दरबाराला नसून अहिल्याबाईंचा धर्मपरायण कारभार पुणे दरबाराला नेहमीच वंदनीय वाटत आला आहे,' याची जाणीव श्रीमंत माधवरावांनी करून दिली.

तोपर्यंत शिंदे-गायकवाडांच्या फौजा होळकरांच्या मदतीला येऊन डेरेदाखल झाल्या होत्या. क्षिप्रा नदीच्या एका तीराला राघोबादादांच्या फौजेचा तळ, तर दुसऱ्या तीराला होळकर आणि त्यांच्या मित्रांच्या फौजा खड्याखड्या उभ्या होत्या.

ही परिस्थिती पाहून गंगोबा मनात दचकला. त्याने ही सर्व हकिगत राघोभरारींना कळविली.

राघोभरारी मनात काहीसे दचकलेच. इतक्यात त्यांच्याकडे अहिल्याबाईंचा एक जासूद टपाल घेऊन आला.

राघोभरारींनी टपाल वाचले,

'नको तो प्रसंग आला आहे, याचे वाईट वाटते. खरे पाहता सर्व मराठी फौजेने दिल्लीलाच नव्हे तर काबूल-कंदाहारपर्यंत धडक मारण्याची गरज असताना ही यादवी बरी नव्हे. आम्ही बाईमाणूस, इज्जतीसाठी शेवटचा सैनिक असेपर्यंत लढूच. पराभूत झालो तर पराक्रमी पेशव्यांनी एका स्त्रीचा

पराभव केला, अशी इतिहासात नोंद होईल, पण लढाईत जर आपण पराभूत झालात; तर आपल्या फजितीस पारावार राहणार नाही. होळकरांची इज्जत वाचविण्यासाठी शिंदे-गायकवाड आमच्या मदतीस आले आहेत याची दखल घ्यावी. शिवाय पुणे दरबारचा विचार घेतल्यावाचून आपण आला आहात, हे आम्हास पक्के ठाऊक आहे. तरी योग्य विचाराने होळकरी दौलतीची अभिलाषा सोडून आपण वागाल, अशी आमची अपेक्षा आहे.'

एकूण काळवेळ पाहून राघोभरारींनी स्वत:ला सावरले. उलट खलिता धाडला, 'आपले चिरंजीव मालेराव यांच्या दु:खद निधनानिमित्त आपल्या सांत्वनाला आणि साहाय्याला आम्ही आलो आहोत. लवकरच मुलाखतीसाठी आपल्या दरबारात हजर राहू.'

अहिल्याबाईंच्या दरबारात राघोभरारी उपस्थित झाले. त्यांचा योग्य मानपान ठेवला गेला. पण त्यांची कानउघाडणी करण्यास अहिल्याबाईंनी कमी केले नाही.

निरोप देताना त्या राघोभरारींना म्हणाल्या, "केवळ सांत्वनासाठी पन्नास हजार फौज घेऊन येण्याची पेशव्यांची रीत मोठी अजब तर खरी."

राघोभरारी खजील होऊन ऐकत होते.

"श्रीमंत, हे प्रकरण तुमच्या दृष्टीनं सामान्य असलं, तरी आमच्या जिवावरचं आहे. या प्रकरणाचा सूत्रधार गंगोबा चंद्रचूड आहे. आपला गैरसमज करून आमच्याशी बेइमानी केल्याच्या त्याच्या अपराधाबद्दल आम्ही त्यास सश्रम कारावासाची शिक्षा ठोठावीत आहोत."

अपमानित आणि लज्जित होऊन फौजेनिशी राघोभरारी परत गेले. दरबारात त्यांची अतिशय छी!थू! झाली.

•••

अहिल्याबाईंच्या निरोपाप्रमाणे राजकुमारी मुक्ताबाई महालामध्ये हजर झाली. तिने विचारले, "मासाहेब, आज अचानक बरं बोलावणं केलंत?"

"बेटा, तसंच काही खास कारण आहे..."

"ते कोणतं?"

"फार मोठं काम आहे तुझ्याकडे माझं."

"आपलं काम, माझ्याकडे?"

"मी एका संकटात आहे. ते संकट कदाचित तूच दूर करू शकशील."

"मासाहेब, तुमची ही दरबारी भाषा आम्हाला समजत नाही. पण एवढं समजतं की, तुमची ही लाडकी कन्या आपल्या आदरणीय आईसाठी हवं ते करायला तयार आहे."

"शाब्बास बेटा, मल्हारबाबांच्या होळकर घराण्यातली तेजस्वी तारका शोभतेस तू. तुझ्याकडून मी हीच अपेक्षा बाळगली होती."

"मासाहेब, आपलं काम तर बोला."

"काम?"

अहिल्याबाई थोड्याशा गंभीर झाल्या. त्या मग म्हणाल्या, "उद्याच्या दरबारात तुझं स्वयंवर मांडणार आहे मी. तयार होऊन दरबारात हजर हो. कुठल्याही शूर सरदाराला वाटावं की बायको मिळावी तर अशी."

मासाहेबांच्या विचाराला मान्यता देऊन मुक्ताबाईने विचारले, "मासाहेब, हा

मामला तरी काय आहे?"

"तुला उद्या दरबारातच कळेल. एका महापराक्रमी शूर सरदाराशीच मी तुझं लग्न लावून देणार आहे."

राजकन्या मुक्ता आनंदाने बहरून गेली.

दुसरे दिवशी खास बोलाविलेला दरबार भरला. सर्व लहानथोर शिलेदारांचे स्वागत केल्यावर अहिल्याबाईंनी दरबार भरविण्याचा विशेष हेतू स्पष्ट केला.

त्या म्हणाल्या, "होळकरी दौलतीच्या एकनिष्ठ शूर सरदारांनो, तुम्हाला ठाऊकच आहे की, आपल्या दौलतीच्या उत्तर सीमेवर दरोडेखोर डाकूंचे आता वरचेवर डाके पडत आहेत. ते गुरं पळवीत आहेत. तयार पिकं लुटत आहेत. सधन व्यापाऱ्यांच्या घरावर दरोडे

घालीत आहेत. माताभगिनींना पळवून नेऊन त्यांची अब्रू घेण्यासही मागेपुढे पाहत नाहीत.

गरीब प्रजाजनांचं रक्षण करता येत नाही त्यांनी राज्य करू नये. दोनचार सरदार आम्ही फौजेनिशी डाकूंच्या बंदोबस्ताला पाठविले, पण डाकूंचा बीमोड झाला नाही. तरी आज या दरबारात शंभूमहादेवांच्या साक्षीनं आम्ही जाहीर करीत आहोत की, जो कोणी सरदार या डाकूंचा पूर्ण बंदोबस्त करील, तसंच प्रमुख डाकूंना जिवंत किंवा मेलेल्या अवस्थेत या दरबारात हजर करील, त्याच्याशी या होळकर दौलतीची एकुलती एक कन्या राजकुमारी मुक्ताबाई लग्न करील. तेव्हा हा विडा ज्याला उचलायचा असेल, त्यानं या दरबारात तसं जाहीर करावं.''

३५

दरबारी सरदारांवर जसजशी अहिल्याबाईंची दृष्टी फिरत होती, तसतशा त्यांच्या माना खाली होत होत्या. सर्व दरबारातून एकही वीर पुढे आला नाही.

तेव्हा निराश होऊन अहिल्याबाई म्हणाल्या, "मग आम्ही मल्हारबाबा होळकरांची ही दौलत वीरांशिवायच आहे, असे समजायचे काय? तसं असेल तर आम्ही जातीनिशी डाकूंच्या बंदोबस्ताला जाऊ."

सर्व दरबारात एक खिन्नतेचे वातावरण निर्माण झाले. इतक्यात एका कोपऱ्यातून एक तेजस्वी जवान पुढे आला. आपल्या खड्या आवाजात म्हणाला, "मासाहेब, मी आपणास जाऊ देणार नाही. हे भयंकर दिव्य करण्यास मी तयार आहे. आपण जातीनं या कामगिरीवर जाणं, म्हणजे साऱ्या पुरुषजातीचा अपमान आहे."

त्या शूर सरदार- यशवंतराव फणसेने डाकू दरोडेखोरांचा पूर्ण बंदोबस्त केला.

इंदूरमध्ये त्याचे व राजकुमारी मुक्ताबाईचे मोठ्या थाटात लग्न झाले.

अहिल्याबाईंनी आपली कन्या सामान्य पराक्रमी सरदाराला देऊन एका नव्या सुधारणेचा जणू पायाच घातला.

●●●

होळकरी दौलतीच्या उत्तरेला छोटीछोटी अनेक रजपूत राज्ये होती. संपन्न अशा होळकरांच्या राज्यावर एक स्त्री राज्य करीत आहे, हे पाहून अध्येमध्ये हल्ले करून लूटमार करण्याचा, फितुरी करून काही खेडी आपल्या राज्याला जोडण्याचा सपाटा चंद्रावत राजपुतांनी सुरू ठेवला होता.

अहिल्याबाईंच्या कानावर या सर्व बातम्या येत होत्या. या गोष्टींची त्यांना चिंता लागून राहिली होती.

नुकतीच त्यांनी कारभाराच्या सोयीसाठी इंदूरची राजधानी महेश्वरला आणली होती. दोन-तीन वर्षे पाऊस भरपूर व वेळेवर पडल्यामुळे धनधान्य विपुल पिकले. संपन्नता आली. व्यापार-उदीम वाढला. मग नद्यांना घाट बांधणे, नव्या मंदिरांची स्थापना, जुन्यांचा जीर्णोद्धार, शेतीमध्ये सुधारणा, गुरांसाठी कुरणे राखणे, एखाद्या सरकारी जमिनीत पिकाची लागवड करून कापणी न करता ती पिके पक्ष्यांकरता चारा म्हणून राखून ठेवणे, वाटमाऱ्यांचा बंदोबस्त करणे, अशा प्रजेच्या सुखासाठी विविध योजना पार पाडण्यात अहिल्याबाई दंग होत्या.

रजपुतांच्या वागण्यामुळे उत्तरेकडील प्रजा गोंधळून गेली होती. प्रजेची ही अवस्था अहिल्याबाईंच्या ध्यानात आली. रजपुतांवर एक मोठी स्वारी करावी, असा सल्ला कारभारी मंडळाने त्यांना दिला. पण हा सल्ला बाईंना मानवला नाही. स्वतःच्या मनाशी एक ठाम निश्चय अहिल्याबाईंनी केला. सर्वांनी विरोध केला तरी तो निश्चय पार पाडण्याचे त्यांनी ठरविले.

त्यांनी आपला एक हुशार जासूद चंद्रावतांकडे पाठविला. त्यांच्यापुढे तहाचा प्रस्ताव मांडला. सीमेवरची दहा-पंधरा गावे त्यांना देऊ केली. चंद्रावतांनी साठ गावांची मागणी केली. अखेर एकतीस गावांवर हा मैत्रीचा तह आक्रमण न करण्याच्या अटीवर अहिल्याबाईंनी करून टाकला. रक्तपाताशिवाय मोठ्या कौशल्याने होळकरी राज्यावरचे संकट दूर केले.

निमंत्रणावरून अहिल्याबाईंच्या दरबारात हे चंद्रावत येत असत. वेळोवेळी मोठा नजराणाही देत असत.

केवळ कुशल राज्यकर्ती म्हणून अहिल्याबाईंना मान होता असे नव्हे, तर एक सत्शील, न्यायी, धर्मपरायण, मनाची कोमल पण कर्तव्यात कठोर अशी त्यांची ख्याती होती.

•••

चंद्रावत तसे धूर्त आणि लोभी होते. मोगलांवर चालून जाण्याची ताकद त्यांच्यात नव्हती. ते राजस्थानी असल्यामुळे अनेक वेळा त्यांना दुष्काळाला तोंड द्यावे लागे. होळकरी दौलतीचा सुपीक व संपन्न मुलूख त्यांना मोहात पाडी. मग रात्री-अपरात्री ते लूटमार करीत.

किरकोळ वाटमाऱ्या समजून अहिल्याबाईंनी प्रथम या गोष्टीकडे दुर्लक्ष केले, परंतु त्यांना आपल्या हेरांमार्फत कळून चुकले की, चंद्रावतांचा तह न मानण्याचा इरादा दिसतो. अहिल्याबाई मनातून अस्वस्थ होत आणि शक्यतो हिंसा टाळीत.

पेशव्यांची खास कामगिरी म्हणून निम्मी फौज घेऊन तुकोजी मुलूखगिरीवर गेला. ही संधी साधून फौजफाटा घेऊन इंदूरवर चालून जाण्याचा बेत चंद्रावत राजपुतांनी केला.

ही बातमी ज्या वेळी जासूदांनी अहिल्याबाईंना आणून दिली, तेव्हा त्यांच्या तळपायाची आग मस्तकात गेली. 'तुकोजी येईपर्यंत थोडं सबुरीनं घ्यावं, कारण आपली

निम्मी फौज दौलतीबाहेर आहे,' असा पोक्त सल्ला कारभारी मंडळाने दिला. परंतु अहिल्याबाई चंद्रावतांच्या कपट कारस्थानाने एवढ्या चिडून गेल्या होत्या की, त्यांनी उरलेली सर्व फौज एकत्रित केली. स्वत: त्या घोड्यावर स्वार झाल्या अणि चंद्रावतांवर चालून गेल्या.

घनघोर युद्ध झाले. होळकरी फौजेला थोडी हानी पोचली; पण चंद्रावतांच्या मानाने ती बरीच कमी होती. होळकरी फौजेने शत्रूचा धुव्वा उडवला. चंद्रावतांकडून परत मिळवलेल्या एकतीस गावांचा एवढा कार्यक्षम बंदोबस्त अहिल्याबाईंनी ठेवला की, त्यांचे हे नेतृत्व, युद्धकौशल्य आणि कार्यक्षमता पाहून दिल्लीच्या बादशहाने, पुणे दरबारने आणि इंग्रजांनीसुद्धा आदरपूर्वक कौतुक केले.

पुणे दरबारात कारस्थानांना ऊत आला होता. थोरले माधवराव दिवंगत झाले होते. नारायणरावांना मिळालेली पेशवाई आनंदीबाईंच्या डोळ्यांत सलत होती. नारायणरावांचा खून पडला होता. नारायणरावांची पत्नी गंगाबाई गरोदर होती. 'बारभाई'ने तिला सुरक्षित स्थळी पुरंदरावर ठेवले होते. तिला मुलगा होऊन त्याच्या नावाने कारभार हाकत होते. राघोबादादांची कारस्थाने उघडकीला आली होती. त्यांना पुण्याहून घालवून देण्यात आले होते. इंग्रजांची मदत घेऊन पुण्यावर स्वारी करण्याचा त्यांनी बेत आखला होता. त्यांनी अहिल्याबाईंकडे फौजेची आणि पैशाची मदत मागितली; परंतु तत्त्वनिष्ठ अहिल्याबाईंनी साफ नकार दिला.

पुढे बालपेशव्यांच्या नावे नाना फडणीस कारभार हाकू लागले. पेशव्यांचा वसूल वेळेवर होईना. कर्ज काढण्यापर्यंत त्यांची मजल गेली. अशा वेळी संपन्न होळकरी दौलतीतून बऱ्याच मोठ्या रकमेची नानांनी मागणी केली. त्या वेळी बाईंनी नानांना निरोप दिला की, 'होळकरी गरीब प्रजेने कररूपाने दिलेला पैसा पेशव्यांच्या भाऊबंदकीत खर्ची टाकण्याची आमची इच्छा नाही. शत्रूवर चालून जाण्याच्या मोहिमा आखा, आम्ही आमच्या खर्चाने आमच्या फौजा मदतीस धाडू.'

फार मोठी रक्कम होळकरांकडून मिळेल, अशी नानांना आशा होती. त्यांची दारुण निराशा झाली. होळकरी दौलतीचा नाद त्यांनी कायमचा सोडून दिला.

तसे पाहता अहिल्याबाईंचा कारभार शांतपणे चालला होता.

विणकऱ्यांना प्रोत्साहन देऊन व्यापारी दृष्टिकोनातून होळकरी दौलत अधिक संपन्न करण्याचा त्यांचा प्रयत्न चालू होता.

अहिल्याबाईंनी महेश्वरात एक संस्कृत पाठशाळा स्थापन केली. त्या शाळेला वर्षासने व जमिनी लावून दिल्या. विद्वान शास्त्रीपंडितांची तिथे नेमणूक केली. अन्नछत्रे घातली. होतकरू गरीब मुले त्याचा भरपूर उपयोग करीत असत. अन्नदान, कपडेवाटप करीत असत. अहिल्याबाईंच्या या गुणांबद्दल कवींनी काव्ये लिहिली. शिंदे, गायकवाड, रजपूत, फ्रेंच, इंग्रज इत्यादींनी त्यांचे गोडवे गायले.

●●●

नियतीला अहिल्याबाईंचा सुखी कारभार पाहवला नाही.

त्यांचा एकुलता एक नातू अवघ्या तेराव्या वर्षी निधन पावला. त्याची चिमुरडी बायको सती गेली. काही दिवसांनी त्यांचा जावई लढाईत कामी आला. मुलगीही सती गेली.

ब्रह्मांड कोसळल्यासारखे अहिल्याबाईंना वाटले. एवढे मोठे दुःखाचे आघात सहन करण्याची त्यांच्या ठिकाणी शारीरिक किंवा मानसिक शक्ती उरलेली नव्हती. तुकोजीला त्यांनी जवळ बोलावून आपली जीवनकहाणी समजावून सांगितली आणि 'मल्हारबाबांच्या नावाला शोभेल, असाच कारभार तू कर' अशी प्रेमळ आज्ञा त्याला केली.

त्यांना हे सर्व आघात सहन झाले नाहीत. त्याच वेळी खर्ड्याच्या लढाईत मराठ्यांनी निजामाचा पराभव केला, हे ऐकून त्यांनी समाधानाने प्राण सोडला.

अहिल्याबाईंच्या मृत्यूने सारे इंदूर हळहळले. पुणे दरबार हादरून गेला. साऱ्या हिंदुस्थानने त्यांना श्रद्धांजली वाहिली.

अशा प्रकारे अहिल्याबाई आपल्या चरित्राने व चारित्र्याने मराठ्यांच्या इतिहासात एक सोन्याचे मानाचे पान कोरून गेल्या.

एका राजस्थानी कवीने त्यांना 'सती साध्वी देवी अहिल्या' असे गौरवाने म्हटले आहे.

●●●

सरदार मल्हारराव होळकर   अहिल्यादेवींचे ज्ञात चित्र

इंग्रज - मराठे (होळकर सैन्य) प्लासीची लढाई

सरदार होळकरांचा राजवाडा, इंदूर, मध्यप्रदेश

महेश्वर येथील अहिल्यादेवींचा राजवाडा

चांदवड येथील साध्वी अहिल्याबाई मंदिरातील मुखवटा

जेजुरी येथील अहिल्यादेवींचा तलाव

www.ingramcontent.com/pod-product-compliance
Lightning Source LLC
LaVergne TN
LVHW080006230825
819400LV00036B/1265